365 DAYS OF
HAPPINESS & GRATITUDE
A Journal

BY VIVIAN TENORIO

JAV PUBLISHING

VIVIAN TENORIO

www.viviantenorio.com

Printed in the United Stated of America

ISBN-10: 0615588891
ISBN-13: 978-0615588896

"Happiness does not consist in pastimes and amusements but in virtuous activities." -Aristotle

Date   /   / 20
I am happy & grateful

I am happy & grateful

I am happy & grateful

Date   /   / 20
I am happy & grateful

I am happy & grateful

I am happy & grateful

Date   /   / 20

I am happy & grateful

I am happy & grateful

I am happy & grateful

Date   /   / 20

I am happy & grateful

I am happy & grateful

I am happy & grateful

Date   /   / 20

I am happy & grateful

I am happy & grateful

I am happy & grateful

Date   /   / 20

I am happy & grateful

I am happy & grateful

I am happy & grateful

Date _____ / _____ / 20 _____

I am happy & grateful

_____

_____

I am happy & grateful

_____

_____

I am happy & grateful

_____

_____

_____

Date _____ / _____ / 20 _____

I am happy & grateful

_____

_____

I am happy & grateful

_____

_____

I am happy & grateful

_____

_____

_____

Date   /   / 20

I am happy & grateful

I am happy & grateful

I am happy & grateful

Date   /   / 20

I am happy & grateful

I am happy & grateful

I am happy & grateful

Date _____ / _____ / 20 _____

I am happy & grateful

_____

_____

I am happy & grateful

_____

_____

I am happy & grateful

_____

_____

Date _____ / _____ / 20 _____

I am happy & grateful

_____

_____

I am happy & grateful

_____

_____

I am happy & grateful

_____

_____

Date   /   / 20

I am happy & grateful

I am happy & grateful

I am happy & grateful

Date   /   / 20

I am happy & grateful

I am happy & grateful

I am happy & grateful

Date   /   / 20

I am happy & grateful

I am happy & grateful

I am happy & grateful

Date   /   / 20

I am happy & grateful

I am happy & grateful

I am happy & grateful

Date   /   / 20

I am happy & grateful.

I am happy & grateful

I am happy & grateful

Date   /   / 20

I am happy & grateful

I am happy & grateful

I am happy & grateful

Date   /   / 20

I am happy & grateful

I am happy & grateful

I am happy & grateful

Date   /   / 20

I am happy & grateful

I am happy & grateful

I am happy & grateful

Date _____ / _____ / 20 _____

I am happy & grateful

_____

_____

I am happy & grateful

_____

_____

I am happy & grateful

_____

_____

Date _____ / _____ / 20 _____

I am happy & grateful

_____

_____

I am happy & grateful

_____

_____

I am happy & grateful

_____

_____

Date   /   / 20

I am happy & grateful

I am happy & grateful

I am happy & grateful

Date   /   / 20

I am happy & grateful

I am happy & grateful

I am happy & grateful

Date   /   / 20

I am happy & grateful
_____
_____
_____

I am happy & grateful
_____
_____
_____

I am happy & grateful
_____
_____
_____

Date   /   / 20

I am happy & grateful
_____
_____
_____

I am happy & grateful
_____
_____
_____

I am happy & grateful
_____
_____
_____

Date   /   / 20

I am happy & grateful

I am happy & grateful

I am happy & grateful

Date   /   / 20

I am happy & grateful

I am happy & grateful

I am happy & grateful

Date   /   / 20

I am happy & grateful

I am happy & grateful

I am happy & grateful

Date   /   / 20

I am happy & grateful

I am happy & grateful

I am happy & grateful

Date   /   / 20

I am happy & grateful

I am happy & grateful

I am happy & grateful

Date   /   / 20

I am happy & grateful

I am happy & grateful

I am happy & grateful

Date _____ / _____ / 20 _____

I am happy & grateful.

_____

_____

I am happy & grateful

_____

_____

I am happy & grateful

_____

_____

Date _____ / _____ / 20 _____

I am happy & grateful

_____

_____

I am happy & grateful

_____

_____

I am happy & grateful

_____

_____

Date   /   / 20

I am happy & grateful

_____

_____

I am happy & grateful

_____

_____

I am happy & grateful

_____

_____

Date   /   / 20

I am happy & grateful

_____

_____

I am happy & grateful

_____

_____

I am happy & grateful

_____

_____

Date   /   / 20

I am happy & grateful

I am happy & grateful

I am happy & grateful

Date   /   / 20

I am happy & grateful

I am happy & grateful

I am happy & grateful

Date   /   / 20

I am happy & grateful

I am happy & grateful

I am happy & grateful

Date   /   / 20

I am happy & grateful

I am happy & grateful

I am happy & grateful

Date   /   / 20
_____

I am happy & grateful.

I am happy & grateful

I am happy & grateful

Date   /   / 20
_____

I am happy & grateful

I am happy & grateful

I am happy & grateful

Date   /   / 20

I am happy & grateful

I am happy & grateful

I am happy & grateful

Date   /   / 20

I am happy & grateful

I am happy & grateful

I am happy & grateful

Date   /   / 20

I am happy & grateful

I am happy & grateful

I am happy & grateful

Date   /   / 20

I am happy & grateful

I am happy & grateful

I am happy & grateful

Date   /   / 20

I am happy & grateful

I am happy & grateful

I am happy & grateful

Date   /   / 20

I am happy & grateful

I am happy & grateful

I am happy & grateful

Date   /   / 20

I am happy & grateful

I am happy & grateful

I am happy & grateful

Date   /   / 20

I am happy & grateful

I am happy & grateful

I am happy & grateful

Date   /   / 20
I am happy & grateful

I am happy & grateful

I am happy & grateful

Date   /   / 20
I am happy & grateful

I am happy & grateful

I am happy & grateful

Date   /   / 20

I am happy & grateful.

_____

_____

I am happy & grateful

_____

_____

I am happy & grateful

_____

_____

Date   /   / 20

I am happy & grateful

_____

_____

I am happy & grateful

_____

_____

I am happy & grateful

_____

_____

Date   /   / 20

I am happy & grateful

I am happy & grateful

I am happy & grateful

Date   /   / 20

I am happy & grateful

I am happy & grateful

I am happy & grateful

Date   /   / 20

I am happy & grateful

I am happy & grateful

I am happy & grateful

Date   /   / 20

I am happy & grateful

I am happy & grateful

I am happy & grateful

Date _____ / _____ / 20 _____

I am happy & grateful

_____

_____

I am happy & grateful

_____

_____

I am happy & grateful

_____

_____

Date _____ / _____ / 20 _____

I am happy & grateful

_____

_____

I am happy & grateful

_____

_____

I am happy & grateful

_____

_____

Date _____ / _____ / 20 _____

I am happy & grateful

_____

_____

I am happy & grateful

_____

_____

I am happy & grateful

_____

_____

Date _____ / _____ / 20 _____

I am happy & grateful

_____

_____

I am happy & grateful

_____

_____

I am happy & grateful

_____

_____

Date   /   / 20

I am happy & grateful

I am happy & grateful

I am happy & grateful

Date   /   / 20

I am happy & grateful

I am happy & grateful

I am happy & grateful

Date _____ / _____ / 20 _____

I am happy & grateful

_____

_____

_____

I am happy & grateful

_____

_____

_____

I am happy & grateful

_____

_____

_____

Date _____ / _____ / 20 _____

I am happy & grateful

_____

_____

_____

I am happy & grateful

_____

_____

_____

I am happy & grateful

_____

_____

_____

Date   /   / 20

I am happy & grateful

I am happy & grateful

I am happy & grateful

Date   /   / 20

I am happy & grateful

I am happy & grateful

I am happy & grateful

Date   /   / 20

I am happy & grateful

I am happy & grateful

I am happy & grateful

Date   /   / 20

I am happy & grateful

I am happy & grateful

I am happy & grateful

Date   /   / 20

I am happy & grateful

I am happy & grateful

I am happy & grateful

Date   /   / 20

I am happy & grateful

I am happy & grateful

I am happy & grateful

Date   /   / 20

I am happy & grateful.

I am happy & grateful

I am happy & grateful

Date   /   / 20

I am happy & grateful

I am happy & grateful

I am happy & grateful

Date   /   / 20

I am happy & grateful

I am happy & grateful

I am happy & grateful

Date   /   / 20

I am happy & grateful

I am happy & grateful

I am happy & grateful

Date   /   / 20

I am happy & grateful

I am happy & grateful

I am happy & grateful

Date   /   / 20

I am happy & grateful

I am happy & grateful

I am happy & grateful

Date   /   / 20

I am happy & grateful

I am happy & grateful

I am happy & grateful

Date   /   / 20

I am happy & grateful

I am happy & grateful

I am happy & grateful

Date   /   / 20

I am happy & grateful

I am happy & grateful

I am happy & grateful

Date   /   / 20

I am happy & grateful

I am happy & grateful

I am happy & grateful

Date   /   / 20

I am happy & grateful

I am happy & grateful

I am happy & grateful

Date   /   / 20

I am happy & grateful

I am happy & grateful

I am happy & grateful

Date   /   / 20

I am happy & grateful

I am happy & grateful

I am happy & grateful

Date   /   / 20

I am happy & grateful

I am happy & grateful

I am happy & grateful

Date   /   / 20

I am happy & grateful

I am happy & grateful

I am happy & grateful

Date   /   / 20

I am happy & grateful

I am happy & grateful

I am happy & grateful

Date   /   / 20

I am happy & grateful

I am happy & grateful

I am happy & grateful

Date   /   / 20

I am happy & grateful

I am happy & grateful

I am happy & grateful

Date   /   / 20

I am happy & grateful

I am happy & grateful

I am happy & grateful

Date   /   / 20

I am happy & grateful

I am happy & grateful

I am happy & grateful

Date   /   / 20

I am happy & grateful

I am happy & grateful

I am happy & grateful

Date   /   / 20

I am happy & grateful

I am happy & grateful

I am happy & grateful

Date   /   / 20
I am happy & grateful
_____
_____
_____

I am happy & grateful
_____
_____
_____

I am happy & grateful
_____
_____
_____

Date   /   / 20
I am happy & grateful
_____
_____
_____

I am happy & grateful
_____
_____
_____

I am happy & grateful
_____
_____
_____

Date   /   / 20

I am happy & grateful.

I am happy & grateful

I am happy & grateful

Date   /   / 20

I am happy & grateful

I am happy & grateful

I am happy & grateful

Date   /   / 20

I am happy & grateful

I am happy & grateful

I am happy & grateful

Date   /   / 20

I am happy & grateful

I am happy & grateful

I am happy & grateful

Date _____ / _____ / 20 _____

I am happy & grateful.

_____

_____

_____

I am happy & grateful

_____

_____

_____

I am happy & grateful

_____

_____

_____

Date _____ / _____ / 20 _____

I am happy & grateful

_____

_____

_____

I am happy & grateful

_____

_____

_____

I am happy & grateful

_____

_____

_____

Date   /   / 20

I am happy & grateful

I am happy & grateful

I am happy & grateful

Date   /   / 20

I am happy & grateful

I am happy & grateful

I am happy & grateful

Date   /   / 20

I am happy & grateful

_____

_____

I am happy & grateful

_____

_____

I am happy & grateful

_____

_____

_____

Date   /   / 20

I am happy & grateful

_____

_____

I am happy & grateful

_____

_____

I am happy & grateful

_____

_____

Date   /   / 20

I am happy & grateful

I am happy & grateful

I am happy & grateful

Date   /   / 20

I am happy & grateful

I am happy & grateful

I am happy & grateful

Date   /   / 20

I am happy & grateful.

I am happy & grateful

I am happy & grateful

Date   /   / 20

I am happy & grateful

I am happy & grateful

I am happy & grateful

Date   /   / 20

I am happy & grateful

I am happy & grateful

I am happy & grateful

Date   /   / 20

I am happy & grateful

I am happy & grateful

I am happy & grateful

Date　　　　/　　　　/ 20

I am happy & grateful

I am happy & grateful

I am happy & grateful

Date　　　　/　　　　/ 20

I am happy & grateful

I am happy & grateful

I am happy & grateful

Date   /   / 20

I am happy & grateful

I am happy & grateful

I am happy & grateful

Date   /   / 20

I am happy & grateful

I am happy & grateful

I am happy & grateful

Date / / 20

I am happy & grateful.

I am happy & grateful

I am happy & grateful

Date / / 20

I am happy & grateful

I am happy & grateful

I am happy & grateful

Date / / 20

I am happy & grateful

I am happy & grateful

I am happy & grateful

Date / / 20

I am happy & grateful

I am happy & grateful

I am happy & grateful

Date   /   / 20

I am happy & grateful

I am happy & grateful

I am happy & grateful

Date   /   / 20

I am happy & grateful

I am happy & grateful

I am happy & grateful

Date   /   / 20

I am happy & grateful

I am happy & grateful

I am happy & grateful

Date   /   / 20

I am happy & grateful

I am happy & grateful

I am happy & grateful

Date   /   / 20

I am happy & grateful

I am happy & grateful

I am happy & grateful

Date   /   / 20

I am happy & grateful

I am happy & grateful

I am happy & grateful

Date   /   / 20

I am happy & grateful

_____

_____

I am happy & grateful

_____

_____

I am happy & grateful

_____

_____

Date   /   / 20

I am happy & grateful

_____

_____

I am happy & grateful

_____

_____

I am happy & grateful

_____

_____

Date   /   / 20

I am happy & grateful

I am happy & grateful

I am happy & grateful

Date   /   / 20

I am happy & grateful

I am happy & grateful

I am happy & grateful

Date   /   / 20

I am happy & grateful

I am happy & grateful

I am happy & grateful

Date   /   / 20

I am happy & grateful

I am happy & grateful

I am happy & grateful

Date   /   / 20

I am happy & grateful

_____

_____

_____

I am happy & grateful

_____

_____

_____

I am happy & grateful

_____

_____

_____

_____

Date   /   / 20

I am happy & grateful

_____

_____

_____

I am happy & grateful

_____

_____

_____

I am happy & grateful

_____

_____

_____

Date   /   / 20

I am happy & grateful

I am happy & grateful

I am happy & grateful

Date   /   / 20

I am happy & grateful

I am happy & grateful

I am happy & grateful

Date   /   / 20

I am happy & grateful

I am happy & grateful

I am happy & grateful

Date   /   / 20

I am happy & grateful

I am happy & grateful

I am happy & grateful

Date _____ / _____ / 20 _____

I am happy & grateful

_____

_____

I am happy & grateful

_____

_____

I am happy & grateful

_____

_____

Date _____ / _____ / 20 _____

I am happy & grateful

_____

_____

I am happy & grateful

_____

_____

I am happy & grateful

_____

_____

Date   /   / 20

I am happy & grateful

I am happy & grateful

I am happy & grateful

Date   /   / 20

I am happy & grateful

I am happy & grateful

I am happy & grateful

Date   /   / 20

I am happy & grateful

I am happy & grateful

I am happy & grateful

Date   /   / 20

I am happy & grateful

I am happy & grateful

I am happy & grateful

Date   /   / 20

I am happy & grateful

I am happy & grateful

I am happy & grateful

Date   /   / 20

I am happy & grateful

I am happy & grateful

I am happy & grateful

Date   /   / 20

I am happy & grateful

I am happy & grateful

I am happy & grateful

Date   /   / 20

I am happy & grateful

I am happy & grateful

I am happy & grateful

Date   /   / 20

I am happy & grateful

_____

_____

_____

I am happy & grateful

_____

_____

_____

I am happy & grateful

_____

_____

_____

Date   /   / 20

I am happy & grateful

_____

_____

_____

I am happy & grateful

_____

_____

_____

I am happy & grateful

_____

_____

_____

Date   /   / 20

I am happy & grateful

I am happy & grateful

I am happy & grateful

Date   /   / 20

I am happy & grateful

I am happy & grateful

I am happy & grateful

Date   /   / 20

I am happy & grateful

I am happy & grateful

I am happy & grateful

Date   /   / 20

I am happy & grateful

I am happy & grateful

I am happy & grateful

Date   /   / 20

I am happy & grateful

I am happy & grateful

I am happy & grateful

Date   /   / 20

I am happy & grateful

I am happy & grateful

I am happy & grateful

Date   /   / 20

I am happy & grateful

I am happy & grateful

I am happy & grateful

Date   /   / 20

I am happy & grateful

I am happy & grateful

I am happy & grateful

Date   /   / 20

I am happy & grateful

_____

_____

I am happy & grateful

_____

_____

I am happy & grateful

_____

_____

_____

Date   /   / 20

I am happy & grateful

_____

_____

I am happy & grateful

_____

_____

I am happy & grateful

_____

_____

_____

Date   /   / 20

I am happy & grateful

I am happy & grateful

I am happy & grateful

Date   /   / 20

I am happy & grateful

I am happy & grateful

I am happy & grateful

Date   /   / 20

I am happy & grateful

I am happy & grateful

I am happy & grateful

Date   /   / 20

I am happy & grateful

I am happy & grateful

I am happy & grateful

Date   /   / 20

I am happy & grateful

I am happy & grateful

I am happy & grateful

Date   /   / 20

I am happy & grateful

I am happy & grateful

I am happy & grateful

Date _____ / _____ / 20 _____

I am happy & grateful

_____

_____

I am happy & grateful

_____

_____

I am happy & grateful

_____

_____

Date _____ / _____ / 20 _____

I am happy & grateful

_____

_____

I am happy & grateful

_____

_____

I am happy & grateful

_____

_____

Date   /   / 20

I am happy & grateful

I am happy & grateful

I am happy & grateful

Date   /   / 20

I am happy & grateful

I am happy & grateful

I am happy & grateful

Date   /   / 20

I am happy & grateful

I am happy & grateful

I am happy & grateful

Date   /   / 20

I am happy & grateful

I am happy & grateful

I am happy & grateful

Date   /   / 20

I am happy & grateful

I am happy & grateful

I am happy & grateful

Date   /   / 20

I am happy & grateful

I am happy & grateful

I am happy & grateful

Date   /   / 20

I am happy & grateful

I am happy & grateful

I am happy & grateful

Date   /   / 20

I am happy & grateful

I am happy & grateful

I am happy & grateful

Date   /   / 20

I am happy & grateful

I am happy & grateful

I am happy & grateful

Date   /   / 20

I am happy & grateful

I am happy & grateful

I am happy & grateful

Date   /   / 20

I am happy & grateful

I am happy & grateful

I am happy & grateful

Date   /   / 20

I am happy & grateful

I am happy & grateful

I am happy & grateful

Date   /   / 20

I am happy & grateful

I am happy & grateful

I am happy & grateful

Date   /   / 20

I am happy & grateful

I am happy & grateful

I am happy & grateful

Date   /   / 20

I am happy & grateful

I am happy & grateful

I am happy & grateful

Date   /   / 20

I am happy & grateful

I am happy & grateful

I am happy & grateful

Date   /   / 20

I am happy & grateful

I am happy & grateful

I am happy & grateful

Date   /   / 20

I am happy & grateful

I am happy & grateful

I am happy & grateful

Date   /   / 20

I am happy & grateful

_____

_____

_____

I am happy & grateful

_____

_____

_____

I am happy & grateful

_____

_____

_____

Date   /   / 20

I am happy & grateful

_____

_____

_____

I am happy & grateful

_____

_____

_____

I am happy & grateful

_____

_____

_____

Date   /   / 20

I am happy & grateful

I am happy & grateful

I am happy & grateful

Date   /   / 20

I am happy & grateful

I am happy & grateful

I am happy & grateful

Date   /   / 20

I am happy & grateful

I am happy & grateful

I am happy & grateful

Date   /   / 20

I am happy & grateful

I am happy & grateful

I am happy & grateful

Date   /   / 20

I am happy & grateful

I am happy & grateful

I am happy & grateful

Date   /   / 20

I am happy & grateful

I am happy & grateful

I am happy & grateful

Date / / 20

I am happy & grateful

I am happy & grateful

I am happy & grateful

Date / / 20

I am happy & grateful

I am happy & grateful

I am happy & grateful

Date   /   / 20

I am happy & grateful

I am happy & grateful

I am happy & grateful

Date   /   / 20

I am happy & grateful

I am happy & grateful

I am happy & grateful

Date   /   / 20

I am happy & grateful

_____

_____

_____

I am happy & grateful

_____

_____

_____

I am happy & grateful

_____

_____

_____

Date   /   / 20

I am happy & grateful

_____

_____

_____

I am happy & grateful

_____

_____

_____

I am happy & grateful

_____

_____

_____

Date   /   / 20

I am happy & grateful

I am happy & grateful

I am happy & grateful

Date   /   / 20

I am happy & grateful

I am happy & grateful

I am happy & grateful

Date ___ / ___ / 20___

I am happy & grateful

_____

_____

I am happy & grateful

_____

_____

I am happy & grateful

_____

_____

Date ___ / ___ / 20___

I am happy & grateful

_____

_____

I am happy & grateful

_____

_____

I am happy & grateful

_____

_____

Date   /   / 20

I am happy & grateful

I am happy & grateful

I am happy & grateful

Date   /   / 20

I am happy & grateful

I am happy & grateful

I am happy & grateful

Date   /   / 20

I am happy & grateful

I am happy & grateful

I am happy & grateful

Date   /   / 20

I am happy & grateful

I am happy & grateful

I am happy & grateful

Date   /   / 20

I am happy & grateful

I am happy & grateful

I am happy & grateful

Date   /   / 20

I am happy & grateful

I am happy & grateful

I am happy & grateful

Date _____ / _____ / 20 _____

I am happy & grateful

_____

_____

_____

I am happy & grateful

_____

_____

_____

I am happy & grateful

_____

_____

_____

Date _____ / _____ / 20 _____

I am happy & grateful

_____

_____

_____

I am happy & grateful

_____

_____

_____

I am happy & grateful

_____

_____

_____

Date   /   / 20
I am happy & grateful

I am happy & grateful

I am happy & grateful

Date   /   / 20
I am happy & grateful

I am happy & grateful

I am happy & grateful

Date   /   / 20

I am happy & grateful

I am happy & grateful

I am happy & grateful

Date   /   / 20

I am happy & grateful

I am happy & grateful

I am happy & grateful

Date   /   / 20
I am happy & grateful

I am happy & grateful

I am happy & grateful

Date   /   / 20
I am happy & grateful

I am happy & grateful

I am happy & grateful

Date   /   / 20

I am happy & grateful

I am happy & grateful

I am happy & grateful

Date   /   / 20

I am happy & grateful

I am happy & grateful

I am happy & grateful

Date   /   / 20

I am happy & grateful

I am happy & grateful

I am happy & grateful

Date   /   / 20

I am happy & grateful

I am happy & grateful

I am happy & grateful

Date   /   / 20

I am happy & grateful

_____

_____

I am happy & grateful

_____

_____

I am happy & grateful

_____

_____

Date   /   / 20

I am happy & grateful

_____

_____

I am happy & grateful

_____

_____

I am happy & grateful

_____

_____

Date   /   / 20

I am happy & grateful

I am happy & grateful

I am happy & grateful

Date   /   / 20

I am happy & grateful

I am happy & grateful

I am happy & grateful

Date   /   / 20

I am happy & grateful

I am happy & grateful

I am happy & grateful

Date   /   / 20

I am happy & grateful

I am happy & grateful

I am happy & grateful

Date   /   / 20

I am happy & grateful

_____

_____

_____

I am happy & grateful

_____

_____

_____

I am happy & grateful

_____

_____

_____

Date   /   / 20

I am happy & grateful

_____

_____

_____

I am happy & grateful

_____

_____

_____

I am happy & grateful

_____

_____

_____

Date   /   / 20
I am happy & grateful

I am happy & grateful

I am happy & grateful

Date   /   / 20
I am happy & grateful

I am happy & grateful

I am happy & grateful

Date   /   / 20

I am happy & grateful

I am happy & grateful

I am happy & grateful

Date   /   / 20

I am happy & grateful

I am happy & grateful

I am happy & grateful

Date   /   / 20

I am happy & grateful

_____

_____

I am happy & grateful

_____

_____

I am happy & grateful

_____

_____

Date   /   / 20

I am happy & grateful

_____

_____

I am happy & grateful

_____

_____

I am happy & grateful

_____

_____

Date   /   / 20

I am happy & grateful

I am happy & grateful

I am happy & grateful

Date   /   / 20

I am happy & grateful

I am happy & grateful

I am happy & grateful

Date   /   / 20

I am happy & grateful

I am happy & grateful

I am happy & grateful

Date   /   / 20

I am happy & grateful

I am happy & grateful

I am happy & grateful

Date   /   / 20

I am happy & grateful

I am happy & grateful

I am happy & grateful

Date   /   / 20

I am happy & grateful

I am happy & grateful

I am happy & grateful

Date   /   / 20

I am happy & grateful

_____

_____

I am happy & grateful

_____

_____

I am happy & grateful

_____

_____

Date   /   / 20

I am happy & grateful

_____

_____

I am happy & grateful

_____

_____

I am happy & grateful

_____

_____

Date   /   / 20

I am happy & grateful

I am happy & grateful

I am happy & grateful

Date   /   / 20

I am happy & grateful

I am happy & grateful

I am happy & grateful

Date   /   / 20

I am happy & grateful

_____

_____

I am happy & grateful

_____

_____

I am happy & grateful

_____

_____

Date   /   / 20

I am happy & grateful

_____

_____

I am happy & grateful

_____

_____

I am happy & grateful

_____

_____

Date   /   / 20

I am happy & grateful

I am happy & grateful

I am happy & grateful

Date   /   / 20

I am happy & grateful

I am happy & grateful

I am happy & grateful

Date   /   / 20

I am happy & grateful

I am happy & grateful

I am happy & grateful

Date   /   / 20

I am happy & grateful

I am happy & grateful

I am happy & grateful

Date   /   / 20

I am happy & grateful

_____

_____

I am happy & grateful

_____

_____

I am happy & grateful

_____

_____

Date   /   / 20

I am happy & grateful

_____

_____

I am happy & grateful

_____

_____

I am happy & grateful

_____

_____

Date   /   / 20

I am happy & grateful

I am happy & grateful

I am happy & grateful

Date   /   / 20

I am happy & grateful

I am happy & grateful

I am happy & grateful

Date   /   / 20

I am happy & grateful

I am happy & grateful

I am happy & grateful

Date   /   / 20

I am happy & grateful

I am happy & grateful

I am happy & grateful

Date   /   / 20

I am happy & grateful

_____

_____

I am happy & grateful

_____

_____

_____

I am happy & grateful

_____

_____

_____

Date   /   / 20

I am happy & grateful

_____

_____

I am happy & grateful

_____

_____

I am happy & grateful

_____

_____

_____

Date   /   / 20

I am happy & grateful

I am happy & grateful

I am happy & grateful

Date   /   / 20

I am happy & grateful

I am happy & grateful

I am happy & grateful

Date   /   / 20

I am happy & grateful

_____

_____

I am happy & grateful

_____

_____

I am happy & grateful

_____

_____

Date   /   / 20

I am happy & grateful

_____

_____

I am happy & grateful

_____

_____

I am happy & grateful

_____

_____

Date   /   / 20

I am happy & grateful

I am happy & grateful

I am happy & grateful

Date   /   / 20

I am happy & grateful

I am happy & grateful

I am happy & grateful

Date   /   / 20

I am happy & grateful

I am happy & grateful

I am happy & grateful

Date   /   / 20

I am happy & grateful

I am happy & grateful

I am happy & grateful

Date   /   / 20

I am happy & grateful

I am happy & grateful

I am happy & grateful

Date   /   / 20

I am happy & grateful

I am happy & grateful

I am happy & grateful

Date _____ / _____ / 20 _____

I am happy & grateful

_____

_____

_____

I am happy & grateful

_____

_____

_____

I am happy & grateful

_____

_____

_____

Date _____ / _____ / 20 _____

I am happy & grateful

_____

_____

_____

I am happy & grateful

_____

_____

_____

I am happy & grateful

_____

_____

_____

Date   /   / 20

I am happy & grateful

I am happy & grateful

I am happy & grateful

Date   /   / 20

I am happy & grateful

I am happy & grateful

I am happy & grateful

Date   /   / 20

I am happy & grateful

I am happy & grateful

I am happy & grateful

Date   /   / 20

I am happy & grateful

I am happy & grateful

I am happy & grateful

Date   /   / 20

I am happy & grateful

I am happy & grateful

I am happy & grateful

Date   /   / 20

I am happy & grateful

I am happy & grateful

I am happy & grateful

Date   /   / 20

I am happy & grateful

I am happy & grateful

I am happy & grateful

Date   /   / 20

I am happy & grateful

I am happy & grateful

I am happy & grateful

Date   /   / 20

I am happy & grateful

I am happy & grateful

I am happy & grateful

Date   /   / 20

I am happy & grateful

I am happy & grateful

I am happy & grateful

VIVIAN TENORIO

Date   /   / 20
I am happy & grateful

I am happy & grateful

I am happy & grateful

Date   /   / 20
I am happy & grateful

I am happy & grateful

I am happy & grateful

Date   /   / 20

I am happy & grateful

I am happy & grateful

I am happy & grateful

Date   /   / 20

I am happy & grateful

I am happy & grateful

I am happy & grateful

Date   /   / 20

I am happy & grateful

_____

_____

_____

I am happy & grateful

_____

_____

_____

I am happy & grateful

_____

_____

_____

Date   /   / 20

I am happy & grateful

_____

_____

_____

I am happy & grateful

_____

_____

_____

I am happy & grateful

_____

_____

_____

Date   /   / 20

I am happy & grateful

I am happy & grateful

I am happy & grateful

Date   /   / 20

I am happy & grateful

I am happy & grateful

I am happy & grateful

Date   /   / 20

I am happy & grateful

I am happy & grateful

I am happy & grateful

Date   /   / 20

I am happy & grateful

I am happy & grateful

I am happy & grateful

Date   /   / 20

I am happy & grateful

I am happy & grateful

I am happy & grateful

Date   /   / 20

I am happy & grateful

I am happy & grateful

I am happy & grateful

Date _____ / _____ / 20 _____

I am happy & grateful

_____

_____

I am happy & grateful

_____

_____

I am happy & grateful

_____

_____

Date _____ / _____ / 20 _____

I am happy & grateful

_____

_____

I am happy & grateful

_____

_____

I am happy & grateful

_____

_____

Date   /   / 20

I am happy & grateful

I am happy & grateful

I am happy & grateful

Date   /   / 20

I am happy & grateful

I am happy & grateful

I am happy & grateful

Date _____ / _____ / 20 _____

I am happy & grateful
_____
_____
_____

I am happy & grateful
_____
_____
_____

I am happy & grateful
_____
_____
_____

Date _____ / _____ / 20 _____

I am happy & grateful
_____
_____
_____

I am happy & grateful
_____
_____
_____

I am happy & grateful
_____
_____
_____

Date   /   / 20

I am happy & grateful

I am happy & grateful

I am happy & grateful

Date   /   / 20

I am happy & grateful

I am happy & grateful

I am happy & grateful

Date   /   / 20

I am happy & grateful

I am happy & grateful

I am happy & grateful

Date   /   / 20

I am happy & grateful

I am happy & grateful

I am happy & grateful

Date   /   / 20

I am happy & grateful

I am happy & grateful

I am happy & grateful

Date   /   / 20

I am happy & grateful

I am happy & grateful

I am happy & grateful

Date   /   / 20

I am happy & grateful

I am happy & grateful

I am happy & grateful

Date   /   / 20

I am happy & grateful

I am happy & grateful

I am happy & grateful

Date   /   / 20

I am happy & grateful

I am happy & grateful

I am happy & grateful

Date   /   / 20

I am happy & grateful

I am happy & grateful

I am happy & grateful

Date   /   / 20

I am happy & grateful

I am happy & grateful

I am happy & grateful

Date   /   / 20

I am happy & grateful

I am happy & grateful

I am happy & grateful

Date   /   / 20

I am happy & grateful

I am happy & grateful

I am happy & grateful

Date   /   / 20

I am happy & grateful

I am happy & grateful

I am happy & grateful

Date   /   / 20

I am happy & grateful

I am happy & grateful

I am happy & grateful

Date   /   / 20

I am happy & grateful

I am happy & grateful

I am happy & grateful

Date   /   / 20

I am happy & grateful

I am happy & grateful

I am happy & grateful

Date   /   / 20

I am happy & grateful

I am happy & grateful

I am happy & grateful

Date   /   / 20

I am happy & grateful

I am happy & grateful

I am happy & grateful

Date   /   / 20

I am happy & grateful

I am happy & grateful

I am happy & grateful

Date   /   / 20

I am happy & grateful

I am happy & grateful

I am happy & grateful

Date   /   / 20

I am happy & grateful

I am happy & grateful

I am happy & grateful

Date   /   / 20

I am happy & grateful

I am happy & grateful

I am happy & grateful

Date   /   / 20

I am happy & grateful

I am happy & grateful

I am happy & grateful

Date   /   / 20

I am happy & grateful

I am happy & grateful

I am happy & grateful

Date   /   / 20

I am happy & grateful

I am happy & grateful

I am happy & grateful

Date   /   / 20

I am happy & grateful

_____

_____

I am happy & grateful

_____

_____

I am happy & grateful

_____

_____

Date   /   / 20

I am happy & grateful

_____

_____

I am happy & grateful

_____

_____

I am happy & grateful

_____

_____

Date   /   / 20

I am happy & grateful

I am happy & grateful

I am happy & grateful

Date   /   / 20

I am happy & grateful

I am happy & grateful

I am happy & grateful

Date   /   / 20

I am happy & grateful

I am happy & grateful

I am happy & grateful

Date   /   / 20

I am happy & grateful

I am happy & grateful

I am happy & grateful

Date   /   / 20

I am happy & grateful

I am happy & grateful

I am happy & grateful

Date   /   / 20

I am happy & grateful

I am happy & grateful

I am happy & grateful

Date   /   / 20

I am happy & grateful

I am happy & grateful

I am happy & grateful

Date   /   / 20

I am happy & grateful

I am happy & grateful

I am happy & grateful

Date   /   / 20

I am happy & grateful

I am happy & grateful

I am happy & grateful

Date   /   / 20

I am happy & grateful

I am happy & grateful

I am happy & grateful

Date   /   / 20

I am happy & grateful

I am happy & grateful

I am happy & grateful

Date   /   / 20

I am happy & grateful

I am happy & grateful

I am happy & grateful

Date   /   / 20

I am happy & grateful

I am happy & grateful

I am happy & grateful

Date   /   / 20

I am happy & grateful

I am happy & grateful

I am happy & grateful

Date _____ / _____ / 20 _____

I am happy & grateful

_____

_____

I am happy & grateful

_____

_____

I am happy & grateful

_____

_____

Date _____ / _____ / 20 _____

I am happy & grateful

_____

_____

I am happy & grateful

_____

_____

I am happy & grateful

_____

_____

Date   /   / 20

I am happy & grateful

I am happy & grateful

I am happy & grateful

Date   /   / 20

I am happy & grateful

I am happy & grateful

I am happy & grateful

Date _____ / _____ / 20 _____

I am happy & grateful
_____

_____

_____

I am happy & grateful
_____

_____

_____

I am happy & grateful
_____

_____

_____

Date _____ / _____ / 20 _____

I am happy & grateful
_____

_____

_____

I am happy & grateful
_____

_____

_____

I am happy & grateful
_____

_____

_____

Date   /   / 20

I am happy & grateful

I am happy & grateful

I am happy & grateful

Date   /   / 20

I am happy & grateful

I am happy & grateful

I am happy & grateful

Date   /   / 20

I am happy & grateful

I am happy & grateful

I am happy & grateful

Date   /   / 20

I am happy & grateful

I am happy & grateful

I am happy & grateful

Date   /   / 20

I am happy & grateful

I am happy & grateful

I am happy & grateful

Date   /   / 20

I am happy & grateful

I am happy & grateful

I am happy & grateful

Date   /   / 20

I am happy & grateful

I am happy & grateful

I am happy & grateful

Date   /   / 20

I am happy & grateful

I am happy & grateful

I am happy & grateful

Date   /   / 20

I am happy & grateful

I am happy & grateful

I am happy & grateful

Date   /   / 20

I am happy & grateful

I am happy & grateful

I am happy & grateful

Date   /   / 20

I am happy & grateful

I am happy & grateful

I am happy & grateful

Date   /   / 20

I am happy & grateful

I am happy & grateful

I am happy & grateful

Date   /   / 20

I am happy & grateful

I am happy & grateful

I am happy & grateful

Date   /   / 20

I am happy & grateful

I am happy & grateful

I am happy & grateful

Date   /   / 20

I am happy & grateful

I am happy & grateful

I am happy & grateful

Date   /   / 20

I am happy & grateful

I am happy & grateful

I am happy & grateful

Date   /   / 20

I am happy & grateful

I am happy & grateful

I am happy & grateful

Date   /   / 20

I am happy & grateful

I am happy & grateful

I am happy & grateful

BEST MOMENTS OF THIS YEAR

GOALS FOR NEXT YEAR

NOTES

RECOMMENDED BOOKS

The Awakened Life
By Dr. Wayne W. Dyer

The Aladdin Factor
By Jack Canfield

Every Day a Friday
By Joel Osteen

The Seat of the Soul
By Gary Zukav

Gratitude: A Way of Life
By Louise L. Hay

Thanks!: How Practicing Gratitude Can Make You Happier
By Robert Emmons

Thank You Power: Making the Science of Gratitude Work for You
By Deborah Norville

OTHER BOOKS BY VIVIAN TENORIO:

Pink Slip to Product Launch in a Weak Economy

Pregnancy Journal: heartwarming memories

High School Journal: 4-year journal of my high school years

Wisdom Journal: wisdom worth passing on

Dating Journal: remember why you fell in love

2012 - 2016 Gratitude Journal: magical moments should be remembered forever

2012 - 2016 Dream Journal: remember your dreams forever

IN SPANISH

Diario de Embarazo: tiernos recuerdos

2012 – 2016 Diario de Gratitud: los momentos mágicos deben ser recordados

2012 – 2016 Diario de Sueños: recuerde sus suenos para siempre

ABOUT THE AUTHOR

Vivian's belief in thinking that anything was possible if she just put her mind to it helped her deal with and hustle through the challenges she faced as a teenage mother, young wife and high school dropout.

This no-limits attitude led her to open a restaurant, start Signature Flan, start a publishing company "JAV Publishing", and become the author of her 1st book and now creator of a series of journals.

VIVIAN TENORIO

7607014R00112

Printed in Great Britain
by Amazon.co.uk, Ltd.,
Marston Gate.